ANG CURIOUS COW COMMOTION

Tagalog   Marcy Schaaf

THE CURIOUS COW COMMOTION

Marcy Schaaf

Dedication:

**To Jessy and Jurnee,
the real-life stars of our story,**

Your curiosity and sense of adventure have brought joy to our hearts and inspired the tale of "The Curious Cow Commotion." May your days be filled with laughter, love, and many more unforgettable adventures. Thank you for sharing your wonderful moment with us.

Dedikasyon:

Ang iyong pagkamausisa at pakiramdam ng pakikipagsapalaran ay nagdulot ng kagalakan sa aming mga puso at nagbigay inspirasyon sa kuwento ng "The Curious Cow Commotion." Nawa'y mapuno ang iyong mga araw ng tawanan, pagmamahalan, at marami pang hindi malilimutang pakikipagsapalaran. Salamat sa pagbabahagi ng iyong napakagandang sandali sa amin.

Once upon a time,
in a cozy little town,
there lived a neighbor named
Mrs. Jenkins.
She had a secret that would
soon be found.

Noong unang panahon, sa isang maaliwalas na maliit na bayan, may nakatirang isang kapitbahay na nagngangalang Mrs. Jenkins. May sikreto siya na malapit nang matagpuan.

Mrs. Jenkins, you see,
was quite a curious soul.
She loved to explore and
had quite the adventurous
goal.

Si Mrs. Jenkins, nakikita mo, ay medyo mausisa. Gustung-gusto niyang mag-explore at mayroon siyang napaka-adventurous na layunin.

One sunny morning, she
spotted a sight so rare.
Cows in her neighbor's
yard, grazing without a
care!

Isang maaraw na umaga, nakita niya ang isang napakabihirang tanawin. Mga baka sa bakuran ng kanyang kapitbahay, nanginginain ng walang pakialam!

To warn her neighbors of this
curious delight,
Mrs. Jenkins picked up rocks,
with all her might.

Upang bigyan ng babala ang kanyang mga kapitbahay sa kakaibang kasiyahang ito, si Mrs. Jenkins ay pumulot ng mga bato, nang buong lakas.

She aimed for their window,
hoping they would see,
but with a loud crash,
she hit the sprinkler key.

Tinutukan niya ang kanilang bintana, umaasang makikita nila, ngunit sa isang malakas na kalabog, natamaan niya ang sprinkler key.

The water sprayed high,
a fountain of spray,
and in the midst of the chaos,
the cows began to sway.

Ang tubig ay nag-spray ng mataas, isang fountain ng spray, at sa gitna ng kaguluhan, ang mga baka ay nagsimulang umindayog.

Splish, splash, they danced,
twirling around.
The cows turned the lawn into a wet,
muddy playground.

Splish, splash, sumayaw sila, umiikot-ikot.
Ginawa ng mga baka ang damuhan sa isang basa, maputik na palaruan.

Mrs. Jenkins panicked,
she needed help fast!
She waved her arms wildly,
hoping her neighbors would be
aghast.

Nag-panic si Mrs. Jenkins, kailangan niya ng tulong nang mabilis!

Kinaway-kaway niya ang kanyang mga braso, umaasang magagalit ang kanyang mga kapitbahay.

Finally, they saw her and rushed
to the scene. Their faces turned
from shock to curious and keen.

Sa wakas, nakita nila siya at sumugod sa pinangyarihan. Ang kanilang mga mukha ay napalitan mula sa pagkagulat tungo sa pagkamausisa at matalas.

"Oh my goodness!" they said,
"Look at this display!"
The cows and the sprinkler turned
this into a special day.

"Oh my goodness!" sabi nila,
"Tingnan mo itong display!"
Ginawang espesyal na araw ito ng
mga baka at ng sprinkler.

They all laughed and played in the water's cool embrace.
Mrs. Jenkins had indeed gotten their attention in this wild chase.

Nagtawanan silang lahat at naglaro sa malamig na yakap ng tubig.
Nakuha nga ni Mrs. Jenkins ang kanilang atensyon sa ligaw na paghabol na ito.

Together, they herded the cows
back to their farm,
thanking Mrs. Jenkins for keeping
them from harm.

Sama-sama nilang dinala ang mga baka pabalik sa kanilang sakahan, pinasalamatan si Mrs. Jenkins sa pag-iingat sa kanila mula sa kapahamakan.

The cows waved their tails,
saying goodbye with glee.
Mrs. Jenkins was the hero of
the day, as far as the eye
could see.

Ang mga baka ay iwinawagayway ang kanilang mga buntot, nagpaalam na may kagalakan. Si Mrs. Jenkins ang bayani ng araw na iyon, sa abot ng mata.

From that day forward,
Mrs. Jenkins was known,
as the lady who saved the
day, now with a cow of
her own.

Mula sa araw na iyon, kilala si Mrs. Jenkins, bilang ang babaeng nagligtas sa araw na iyon, na ngayon ay may sariling baka.

So remember, dear children,
when you see a cow in sight,
be curious like Mrs. Jenkins,
and everything will turn out
just right!

Kaya tandaan, mahal na mga anak, kapag nakakita ka ng baka sa paningin, maging mausisa tulad ni Mrs. Jenkins, at ang lahat ay magiging tama!

The End!

Ang Katapusan!

The actual cow !!!

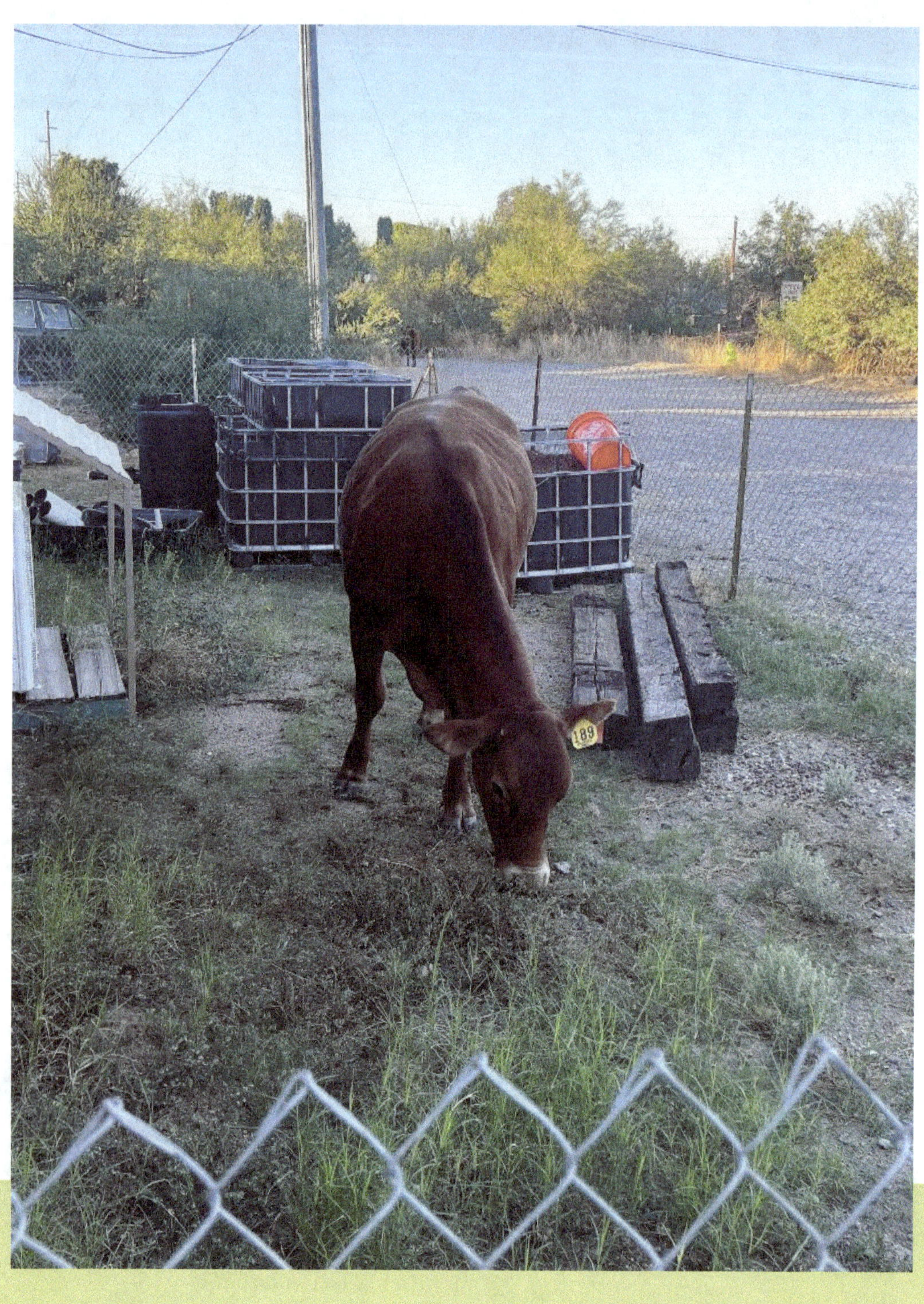

Author Bio:

Marcy Schaaf, affectionately known as "Moo" by her family, is a storyteller with a passion for weaving imaginative tales that enchant young hearts. Marcy finds joy in crafting stories that spark young minds' curiosity and ignite their sense of wonder. When she's not writing charming stories or being called "Moo" by her family, Marcy enjoys exploring and often spends her time traveling the world looking for her next tale. Her hope is that her stories will bring smiles, laughter, and a touch of magic to children all around the world.

Bio ng May-akda:

Si Marcy Schaaf, na kilala bilang "Moo" ng kanyang pamilya, ay isang mananalaysay na may hilig sa paghabi ng mga mapanlikhang kuwento na umaakit sa mga kabataang puso. Natutuwa si Marcy sa paggawa ng mga kuwento na pumukaw sa pagkamausisa ng mga kabataan at nag-aapoy sa kanilang pagkamangha. Kapag hindi siya nagsusulat ng mga kaakit-akit na kwento o tinatawag na "Moo" ng kanyang pamilya, nasisiyahan si Marcy sa paggalugad at madalas niyang ginugugol ang kanyang oras sa paglalakbay sa mundo para hanapin ang kanyang susunod na kuwento. Ang kanyang pag-asa ay ang kanyang mga kuwento ay maghahatid ng mga ngiti, tawa, at isang dampi ng mahika sa mga bata sa buong mundo.

Books By Schaaf

www.BookBySchaaf.com

Find us at: